TRANH TRUYỆN DÂN GIAN VIỆT NAM
VIETNAMESE FOLKLORE PICTURE BOOK

SỰ TÍCH HỒ GƯƠM
THE LEGEND OF SWORD LAKE

TRANH - PICTURES: VŨ DUY NGHĨA

NHÀ XUẤT BẢN KIM ĐỒNG
KIM ĐONG PUBLISHING HOUSE

Thủa xưa, vào những tháng năm nhà Minh xâm lược, đặt ách đô hộ trên đất nước Nam, dân chúng khắp nơi vô cùng cực khổ.

Giặc Minh đi đến đâu, nhà cửa, ruộng vườn bị tàn phá đến đó, cảnh đầu rơi máu chảy diễn ra hàng ngày.

Long long ago, the Minh from the North oppressed the people of the South. The people endured extreme suffering.

Wherever they went, the Minh destroyed houses and crops. Blood flowed, and heads tumbled.

2

Chúng đua nhau vơ vét tài nguyên, sản vật, lùng bắt những em bé thông minh, những cô gái đẹp đem về làm kẻ hầu hạ trong nhà, bắt trai tráng phải đi phu, đi lính... Khiến ai ai cũng oán giận bọn giặc bạo tàn.

The Minh plundered our resources and products, abducted intelligent children and beautiful girls for house servants. They arrested young men for coolies and soldiers. Everyone hated the cruel invaders.

Trước cảnh trăm họ bị đọa đày lầm than, nhiều người đã dũng cảm đứng lên khởi nghĩa. Nhưng thế giặc lúc ấy đang mạnh, nên các cuộc khởi nghĩa đều bị thất bại. Riêng nghĩa quân Lam Sơn của trại chủ Lê Lợi tạm lui vào vùng sâu, nuôi chí phục thù.

The people of the South bravely rose up against this misery. But the harsh enemy overwhelmed them. Only farmer Lê Lợi's volunteer Lam Sơn Army remained. It withdrew deep into the forests, waiting to take revenge.

Thỉnh thoảng quân Lam Sơn lại kéo xuống quấy nhiễu bọn giặc, nhưng rồi lại phải rút về. Nghĩa quân còn non yếu quá, sức chưa địch được muôn giặc. Điều đó khiến Lê Lợi ăn không ngon ngủ không yên, ngày đêm canh cánh trong lòng nỗi lo cứu nước. Ông cho người bí mật đi các nơi tìm người hiền tài, chiêu mộ nghĩa sĩ, gom thêm vũ khí chờ thời cơ...

Now and then the Lam Sơn soldiers swooped down from the mountains to harass the enemy. But they always withdrew quickly. They were too weak for the enemy's hordes. Lê Lợi couldn't eat or sleep. Day and night he searched for a way to save the nation. He sent secret agents to find virtuous staff. He recruited talented volunteers. He stored weapons. He waited for the perfect moment.

Ở dưới thuỷ cung, Long Vương thấy vậy liền sai lũ thuỷ quái vào thuỷ kho đem thanh gươm thần ra. Ngài nghĩ thầm: "Người nước Nam phải có lưỡi gươm thần kỳ này mới mong dẹp được giặc".

The Dragon King in his Underwater Palace saw all this. He ordered a sea monster to bring a miraculous sword from the deep-water warehouse. The Dragon King said to himself, "The people of the South need my magic sword!"

Long Vương truyền gọi Rùa Vàng đến giao cho thanh gươm báu, dặn dò kỹ càng mọi điều. Rùa Vàng vâng lệnh, vội vã rẽ nước bơi đi.

The Dragon King called the Golden Tortoise to him. He gave the Golden Tortoise instructions and the precious sword. The Golden Tortoise swam away.

Bấy giờ có một người chuyên làm nghề chài lưới tên là Lê Thận. Hằng ngày nhìn cảnh quân giặc bạo hành ngang ngược, Lê Thận căm giận lắm.

At that time, there lived a professional fisherman named Lê Thận. The enemy's cruelty made Lê Thận burn with anger.

Chàng nghe tin Lê Lợi dựng cờ khởi nghĩa thì mừng thầm, nhưng hiềm nỗi gia cảnh đang lúc gieo neo nên chưa lên Lam Sơn tụ nghĩa được.

Đêm ấy, như lệ thường, Lê Thận thả lưới ở một khúc sông vắng. Khi kéo lưới lên thấy nặng, chàng chắc mẩm vớ được cá to.

Lê Thận heard about Lê Lợi's resistance, he was happy, but family responsibilities kept him from joining.

One night as usual, Lê Thận cast his net in a deserted part of the river. The net felt heavy as he retrieved it. Lê Thận thought he'd caught a huge fish.

9

Nhưng khi lưới được nhấc lên thuyền thì chẳng thấy cá đâu, chỉ có một thanh gươm nằm gọn trong ấy. Lê Thận vứt gươm xuống nước rồi mang lưới đi thả chỗ khác. Lần thứ hai cất lưới lên cũng thấy nặng tay, chàng không ngờ thanh gươm vừa rồi lại chui vào lưới, đành lại nhặt lên ném xuống sông.

When the net was hoisted to the boat, Lê Thận found that instead he'd caught the blade of a sword! Disgusted, he tossed the sword overboard, sculled to another spot and cast. His net was heavy again. To his surprise, he'd caught the sword a second time. Once again, he threw it overboard.

Lê Thận chèo thuyền đi thật xa mới quăng lưới, lần thứ ba lại vẫn thanh gươm ấy mắc vào. Chàng lấy làm lạ, cầm thanh gươm lên ngắm nghía rồi giắt vào thắt lưng, quay thuyền về bến, chẳng thiết đến việc thả lưới buông câu nữa.

This time, Lê Thận sculled his boat some distance. Once again, he cast his net. Once again, he caught the sword. How strange! This time, Lê Thận examined the sword and tucked it into his belt. He turned his boat toward shore and forgot about fishing.

11

Ít lâu sau, Lê Thận tạm biệt cha mẹ già, ngày đêm lặn lội lên Lam Sơn gia nhập đoàn quân khởi nghĩa. Chàng vốn là người quả cảm, mưu lược nên được Lê Lợi rất tin cậy. Đã bao lần chàng vào sinh ra tử cùng với chủ tướng nơi trận mạc.

Một hôm nhân lúc việc quân thư thả, vị thủ lĩnh nghĩa quân ghé thăm nơi ở của Lê Thận.

Not long thereafter, Lê Thận said Good-bye to his aging parents. He trekked day and night up into the Lam Sơn Mountains. Lê Lợi realized Lê Thận was brave and resourceful. He accepted Lê Thận as a resistance soldier. Many times, soldier and leader joined forces in the fire of battle.

One day, during a lull in the fighting, Lê Lợi stopped by Lê Thận's quarters.

Ông ngạc nhiên khi thấy thanh gươm không có chuôi treo trên tường bỗng dưng phát ra những tia sáng kỳ ảo. Lê Lợi đỡ thanh gươm xuống xem mới biết những tia sáng ấy toả ra từ hai chữ "Thuận Thiên" được khắc sâu vào lưỡi gươm.

Lê Lợi noticed Lê Thận's sword without handle hanging on the wall. The blade gave off a strange glow. Lê Lợi took down the sword and saw the strange light came from two etched words – "Heaven Approves."

Ít lâu sau, quân Minh ỷ thế đông, bắt bọn tay sai dẫn đường tràn lên vùng căn cứ của nghĩa quân. Chúng muốn bắt sống Lê Lợi để buộc nghĩa quân phải quy hàng.

Not long thereafter, Minh troops approached the resistance base. They planned to catch Lê Lợi alive and force the resistance movement to surrender.

Để bảo toàn lực lượng, Lê Lợi và các tướng lĩnh của ông không ra nghênh chiến với địch mà bí mật rút vào rừng sâu. Quân Lam Sơn lui đến đâu đều được dân tiếp tế, che chở đến đấy, khiến giặc Minh có mắt mà như mù, không thể tìm ra dấu vết của nghĩa quân.

To preserve their strength, Lê Lợi and his generals did not fight. Instead, they withdrew their troops deep into the forest. Wherever the soldiers went, the local people supplied and protected them. Even though the Minh hordes had eyes, they were blind. They found no trace of the Lam Sơn resistance forces.

Trên đường lui quân, qua một khu rừng già, Lê Lợi chợt thấy một quầng sáng lạ ở phía trước. Khi ông lại gần mới nhận thấy quầng sáng ấy phát ra từ tán lá rậm rạp của cây đa cổ thụ.

During the withdrawal, Lê Lợi passed through a forest. Suddenly he saw a strange glow in the distance. Coming nearer, he realized that the light emanated from the leaves of an ancient banyan.

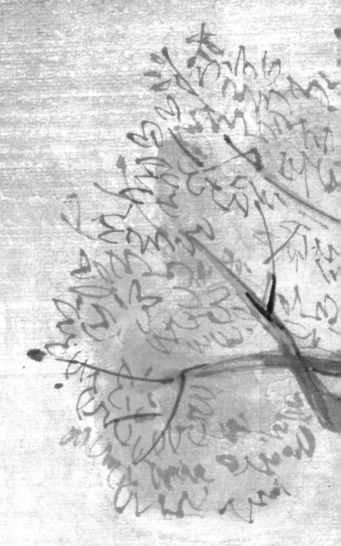

Một cái chuôi gươm nạm ngọc được treo ở đó, ánh sáng kỳ ảo phát ra cũng từ hai chữ "Thuận Thiên" khắc ở chuôi gươm. Nhớ đến lưỡi gươm của Lê Thận, Lê Lợi liền tháo chuôi gươm giắt vào thắt lưng đi tiếp.

A sword handle decorated with gems hung in the tree. Mysterious light shone from two etched words – "Heaven Approves." Lê Lợi thought of Lê Thận's sword, he withdrew the handle from the tree, tucked it into his belt and continued on.

Khi gặp lại Lê Thận, Lê Lợi lắp lưỡi vào chuôi gươm thì vừa văn khớp nhau. Ông kể lại cho mọi người nghe chuyện lạ ở trong rừng, khiến ai nấy đều ngạc nhiên trầm trồ: "Đây chắc là báu vật trời ban cho chúng ta".

As soon as Lê Lợi met Lê Thận, he asked for Lê Thận's blade and inserted it into the handle. The two parts fit perfectly. He described the strange experience in the forest, everyone was surprised and commented: "Surely this is a sign from Heaven!"

19

Lê Thận vội nâng gươm lên ngang đầu nói: "Trời có ý phó thác cho chủ tướng việc cứu lấy giang sơn, đưa trăm họ ra khỏi cảnh tan xương nát thịt. Chúng tôi nguyện đem tấm thân hèn theo chủ tướng và thanh gươm thần này để báo đền xã tắc".

Lê Thận took the sword, lifted it before his face and said: "Heaven entrusts this sword to you. Only you can save the mountains and rivers of our homeland. Only you can save our Hundred Ancestral Families. We soldiers offer our bodies and souls to save our homeland. We will follow you and this magic sword."

Tất cả mọi người cùng đồng thanh hô to: "Xin nguyện theo chủ tướng để báo đền xã tắc".

"We swear to save our homeland!" the soldiers shouted.

Tin Lê Lợi được trời ban gươm báu lan đi khắp nơi. Các hào kiệt, trai tráng từ khắp nước Nam nườm nượp đổ về Lam Sơn, thanh thế nghĩa quân ngày một mạnh. Lê Lợi giơ cao gươm thần chỉ huy quân đánh đâu thắng đấy.

The news of Lê Lợi's magic sword spread far and wide. Old heroes and brave youths flocked from every corner of the country to the Lam Sơn Mountains. The resistance forces swelled into a unit of tremendous strength. Holding aloft the magic sword, Lê Lợi led his troops to victory in every battle he fought.

Ông chia quân ra làm nhiều đạo, rong ruổi khắp nơi tìm giặc mà đánh. Giặc trở tay không kịp, giày xéo lên nhau để chạy thoát thân. Số giặc bị bắt làm tù binh nhiều vô kể...

Lê Lợi divided his soldiers, sending them to every quarter of the country to search and destroy the enemy. The Minh troops had no time to retreat. They trampled each other in their haste to escape. Lê Lợi's soldiers captured them.

Nơi nào chưa bị nghĩa quân đánh đến thì giặc đã đua nhau hạ cờ, cuốn gói tháo chạy trước. Những toán giặc cố thủ trong thành Đông Quan cuối cùng cũng phải rút lui về nước.

Sau những tháng năm chiến đấu gian khổ nằm gai nếm mật, nghĩa quân Lam Sơn đã phất cao cờ nghĩa, quét sạch lũ giặc ra khỏi bờ cõi nước Nam.

In some places, the enemy surrendered without a fight. They lowered their flags, grabbed their gear and ran. Finally, even the Minh soldiers defending Đông Quan Citadel fled.

After years of fighting in hardship and privations, the Lam Sơn soldiers pushed the Minh back over the border. Lê Lợi's soldiers hoisted the banner of their just cause.

Đất nước thoát khỏi ách ngoại xâm, trăm họ lại được sống trong cảnh thái bình. Bấy giờ Lê Lợi mới lên ngôi vua tại điện Kính Thiên.

The Hundred Ancestral Families of the South had freed themselves from the foreign invaders' yoke. Soon, Lê Lợi ascended the throne at Kính Thiên Palace.

Một hôm đức vua cưỡi thuyền rồng đi dạo quanh hồ Tả Vọng. Bỗng nhiên có một con Rùa lớn nhô đầu lên khỏi làn nước xanh. Rùa bơi đến cạnh thuyền rồng và cứ nhô lên ngụp xuống mấy lần mà không chịu lặn.

One day King Lê Lợi was touring Tả Vọng Lake on his dragon boat. Suddenly the huge Golden Tortoise broke through the water. The Tortoise dove and surfaced as it swam alongside the king's dragon boat.

Thấy sự lạ, vua truyền cho thuyền đi chậm lại, ngài vừa bước lên mạn thuyền, Rùa Vàng đột nhiên đứng thẳng trên mặt nước và nói:

- Muôn tâu bệ hạ, việc lớn đã xong, xin bệ hạ hoàn gươm lại cho Long Vương.

Thinking this strange, the king ordered his boat to proceed slowly. He strolled to the gunwale. The Golden Tortoise unexpectedly stood up on the surface of the lake and said:

- I report to Your Majesty. You have completed your great mission. Please, return the magic sword to the Dragon King.

Nghe Rùa Vàng nói vậy, Lê Lợi giật mình hiểu ra, vội rút gươm khỏi bao, kính cẩn nói với Rùa Vàng:

- Xin Rùa chuyển lời tạ ơn của thần dân Đại Việt đến Long Vương. Nhờ có gươm thần ngài ban mà non sông đã sạch bóng thù. Muôn dân được sống ấm no hạnh phúc.

Đức vua vừa nói dứt lời, thanh gươm đã bay đến chỗ Rùa Vàng. Rùa lặn xuống đã lâu mà những tia sáng của lưỡi gươm thiêng vẫn ánh lên mặt nước hồ xanh mát.

These words startled King Lê Lợi. He removed the sword from its sheath and, with a voice of great respect, addressed the Golden Tortoise.

– Golden Tortoise! – King Lê Lợi said. – Please convey the thanks of all Đại Việt to the Dragon King! With his magic sword, we have swept our country's mountains and rivers clean of the enemy. Now, our people can live in prosperity and happiness.

No sooner had King Lê Lợi said this than the sword flew to the Golden Tortoise.

For a long while after the Tortoise dove, the sword's glow continued to reach the lake's surface.

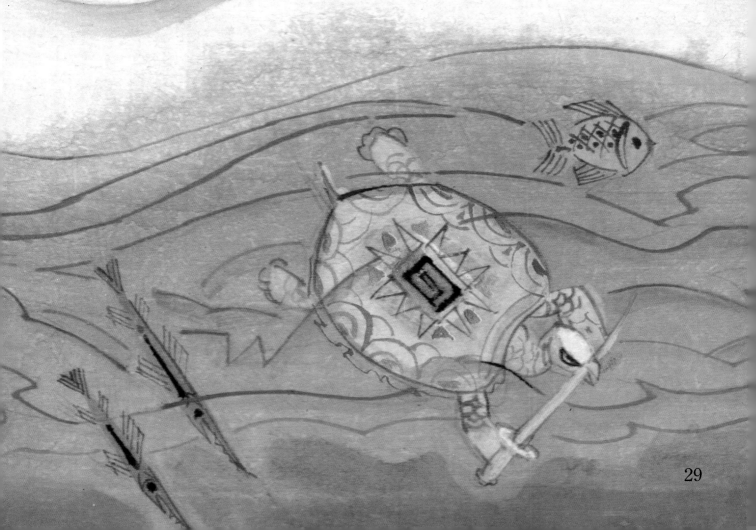

Chuyện Long Vương cho Lê Lợi mượn gươm thần trừ giặc được dân gian truyền tụng mãi. Ai cũng trầm trồ: "Những việc đạo nghĩa thường khuấy động cả đất trời, khiến thánh thần cũng phải ra tay giúp. Nước Đại Việt ta quả là có hồng phúc!"

Generations of Vietnamese have passed on this story of how Lê Lợi borrowed the Dragon King's mystical sword. The people say: "A just cause stirs both Earth and Heaven. Even the gods will help. Our Đại Việt received a great blessing!"

Cũng từ ngày ấy hồ Tả Vọng được mang tên là hồ Gươm hay còn gọi là hồ Hoàn Kiếm.

From that day long ago until now, Tả Vọng Lake in Hà Nội has been known as "Sword Lake" or as "The Lake of the Returned Sword."

SỰ TÍCH HỒ GƯƠM
THE LEGEND OF SWORD LAKE

NHÀ XUẤT BẢN KIM ĐỒNG
KIM DONG PUBLISHING HOUSE
62 Ba Trieu St. Hanoi
Tel: 84.4 9 434 730 - Fax: 84.4 8 229 085. e-mail: kimdong@hn.vnn.vn - www.nxbkimdong.com.vn

Chịu trách nhiệm xuất bản - Responsible for publishing : Nguyễn Thắng Vu
Dịch lời - Translation : Nguyễn Đình Phương
Biên tập - Editing : Ban biên tập tranh truyện - Picture Book Editorial Committee
Trình bày bìa - Cover design : Văn Sáng
Trình bày - Design : Bích Hồng
Format : 22 cm x 28,5 cm, Publishing number : 301/KĐA - 769/KH - 1684/CXB/7/12/2001
First Vietnamese - English bilingual edition